# നിന്നിലേക്ക് നടന്നെത്തുമ്പോൾ

### രണ്ടാം പതിപ്പ്

## അനൂപ് ബാബു

# ഉള്ളടക്കം

# ആമുഖം

എനിക്കെഴുതാവുന്നതിനെക്കുറിച്ചെല്ലാം ഞാൻ എഴുതിയിട്ടുണ്ട്. വേദാന്തവും മാർക്സിസവും ഒരേ നാണയത്തിന്റെ രണ്ടു വശങ്ങളാണ് എന്ന് ലഭിച്ച ഉറപ്പിലാണ് ഞാൻ സന്തോഷം കണ്ടെത്തുന്നത്. രണ്ടും മനുഷ്യ സ്നേഹമാണ്. മാനവരാശിയുടെ ഉന്നമനം ലക്ഷ്യമാക്കുന്നു. വേദാന്തം വ്യക്തി കേന്ദ്രീകൃതമാവുമ്പോൾ മാർക്സിസം സമൂഹത്തിന്റെ ആകെ നന്മ ലക്ഷ്യമാക്കുന്നു. ആദി ശങ്കരനും ഇം. എം. ശങ്കരനും താത്വികമായി ഉഴുതിട്ട കേരള മണ്ണിൽ ജീവിക്കുക ഇന്ന് താരതമ്യേന എളുപ്പമാണ്.

'എന്റെ തോണിക്കാരൻ' ആരാണെന്ന് ഊഹിച്ചെടുക്കാൻ നിങ്ങൾക്ക് കഴിയും.

ലക്ഷ്മി ദാമോദർ പറഞ്ഞതു പോലെ പ്രതിഷേധവും, ആധ്യാത്മികതയും പിന്നെ സ്നേഹവും ഉരുകിയൊലിക്കുന്ന ഒരു കുഞ്ഞു ഹൃദയം. അത് തന്നെയാണ് ഞാൻ. ഇവിടെ തുന്നിച്ചേർത്തിരിക്കുന്ന 57 രചനകളിലൂടെ ഞാൻ തന്നെയാണ് ആവിഷ്കൃതമാവുന്നത്. അല്ലെങ്കിൽ എന്റെ ചിന്തകൾ.

JB ജംഗ്ഷനിൽ ആഹ്ളാദചിത്തനായി കാണുന്ന ബാലഭാസ്കർ പിന്നെ നിശ്ചലനായി കടന്നുപോവുന്ന രംഗം ജീവിത തത്വം തന്നെ പഠിപ്പിക്കുന്നു. ബുദ്ധന്റെ ശിഷ്യന്മാരാവാൻ ചെല്ലുന്നവരെ ആദ്യത്തെ 6 മാസം ശ്മശാനത്തിൽ

കൊണ്ടുപോയി നിർത്തുമായിരുന്നത്രെ... മരണം എന്ന യാഥാർത്ഥ്യത്തെ ഉൾക്കൊണ്ട ശേഷം മാത്രമേ ബുദ്ധൻ തത്വങ്ങൾ ഉപദേശിച്ചു തുടങ്ങുമായിരുന്നുള്ളൂ എന്ന് ഓഷോയുടെ പുസ്തകത്തിൽ വായിച്ചിട്ടുണ്ട്. അതേ ഓഷോ തന്നെ പറയുന്നുണ്ട് ജീവിതം ആഹ്ളാദിക്കാനുള്ളതാണ് എന്നും.

എല്ലാത്തിനേയും സ്വീകരിക്കുക എന്ന തത്വം കുഞ്ഞുനാളിലെ എന്നെ പഠിപ്പിച്ചത് അച്ഛനാണ്.

പ്രണയം ഒട്ടേറെ കവിതകളുടെ പ്രമേയമാണെങ്കിലും പക്ഷെ അതിലെല്ലാം തത്വശാസ്ത്രത്തിന്റെ അതിശക്തമായ അടിത്തറയുണ്ട് എന്ന് നിങ്ങൾ കണ്ടെത്തിയാൽ അത് എത്രയോ സത്യമാണ്.

ചുരുക്കത്തിൽ സമ്പന്നമാണ് ജീവിതം... എന്തുകൊണ്ടും. പറഞ്ഞ് പറഞ്ഞ് പുരയേക്കാൾ വലിയ പടിപ്പുര കെട്ടുന്നില്ല

നിങ്ങളുടെ വിലയേറിയ അഭിപ്രായങ്ങളും നിർദ്ദേശങ്ങളും അറിയിക്കുക. ഫോണിലൂടെയോ, ഇ മെയിലിലൂടെയോ, കത്തായോ. തീർച്ചയായും വലിയ പ്രചോദനമായിരിക്കും...

- സ്നേഹപൂർവ്വം...<br>
അനൂപ് ബാബു.<br>
Mob: 7356341417<br>
Email: anoopbabu2015@gmail.com

# അവതാരിക

'ജീവിതത്തിലെ അനുഭൂതികളെ ഉചിതമായ പദങ്ങൾ അർത്ഥപൂർണ്ണതയോടെ വിന്യസിച്ച് ശില്പമൊരു-ക്കുമ്പോഴാണ് കവിതയായി രൂപാന്തരപ്പെടുന്നത്' എന്നാണ് എനിക്കെപ്പോഴും തോന്നാറുള്ളത്.

കാവ്യചിന്തകളേവരിലും അങ്കുരിയ്ക്കും. എന്നാലത് പദാനുക്രമം കാവ്യശില്പമാക്കാൻ നൈസർഗ്ഗികമായയൊരു സിദ്ധികൂടെയുണ്ടാവണം.

കല്ലിലും, മണ്ണിലും, മരത്തിലും കാവ്യമെഴുതുന്ന ശില്പികളുണ്ട്. അവരെല്ലാം ജന്മനാ തന്നെയോ നിത്യാഭ്യാസത്തിലൂടെയോ ആവാം ആ നൈപുണ്യം ആർജ്ജിച്ചെടുത്തിരിക്കുക. താൻ കൈയ്യാളുന്നതേത് മേഖലയിലായാലും അർപ്പണബോധവും പ്രയത്നവും കൊണ്ട് ഏത് കലയിലും സർഗ്ഗാത്മ പ്രതിഭകളാവാൻ സാധിയ്ക്കും.

എന്നാലൊരു കവിത ജനിയ്ക്കാൻ ആഴത്തിലുള്ള വായനയും പദസമ്പത്തും ഏറെ സഹായകമാകുമെങ്കിലും ഓരോ കവിതയും പിറവിയെടുക്കുന്ന ആ സമയത്തിൽ മാത്രമാണ് കവിയെ സംബന്ധിച്ചിടത്തോളം കവിതയുടെ പ്രസക്തി.

കവിത പിറക്കുമ്പോൾ കവിയനുഭവിച്ച ഈറ്റുനോവിന്റെ മധുരവികാരങ്ങളിലൂടെത്തന്നെ വായനക്കാരൻ കടന്നു പോകണമെന്നില്ല. എന്നാലത് അസംഭവ്യവുമല്ല. വായനക്കാരനും കവിയും ഒരേ നൂൽപ്പാലം താണ്ടുമ്പോൾ ഉണ്ടാവുന്ന അനുഭൂതിയിൽ ഏകതാഭാവമാവും ഉണ്ടാവുക., ഇതിൽ നിന്നും വ്യത്യസ്തമായി വായനക്കാരൻ വ്യത്യസ്ത കോണുകളിലൂടെ വായനയെ കൊണ്ടു പോകുമ്പോഴുള്ള

ചിന്തധാരകളും ആശയങ്ങളും കവിതയെ നൂതനങ്ങളായ പാതയിലൂടെ നടത്തുന്നു. വായനക്കാരനെ കവിതയുടെ സൂക്ഷ്മതല-ങ്ങളിലേക്ക് നടത്താനുള്ള കഴിവാണ് കവിയെ വ്യത്യസ്തനാക്കുന്നത്.

അനൂപ് ബാബുവിന്റെ

'നിന്നിലേയ്ക്ക് നടന്നെത്തുമ്പോൾ' എന്ന കവിതാ സമാഹാരം വായിക്കുമ്പോൾ സ്നേഹത്തിനും പ്രണയത്തിനുമൊപ്പം തന്നെ മാനുഷികമൂല്യങ്ങളുടെ സംരക്ഷകനും മൂല്യച്യുതികളിൽ വിഷണ്ണനാവുന്ന-വനുമായ കവിഹൃദയത്തെ തൊട്ടറിയാനാകുന്നുണ്ട്.

'മാനസേ'യെന്ന കവിതയിലൂടെ സീതയെ അവതരിപ്പിക്കുമ്പോൾ ആദ്യകവി വാത്മീകിയും, സ്ത്രീ സ്വാതന്ത്ര്യത്തിന്റെ ആദ്യ കാവ്യമെന്ന് വിശേഷിപ്പിക്കാവുന്ന ആശാന്റെ ചിന്താവിഷ്ടയായ സീതയും കവിയുടെ കാവ്യകേളിയിൽ അസ്വസ്ഥതയും കുറ്റബോധവും ഉണ്ടാക്കി-

ക്കുന്നുണ്ട്... മനുസ്മൃതിയിലെന്ന പോലെ സ്ത്രീ സംരക്ഷിക്കപ്പെടാതെ അപമാനിതയായയതിൽ ആത്മവിചാരണ ചെയ്യുന്നുണ്ട് കവിതയിലൂടെ അനൂപ് ബാബു.

'എ)ന്റെ തോണിക്കാരനിൽ'- എന്നു നിന്റെ മൊയ്തീൻ എന്ന സിനിമയിലെ മൊയ്തീനെപ്പോലെ ഒരു കൂട്ടമാളുകളെ രക്ഷപ്പെടുത്തി സ്വയം മരണത്തിന് കീഴ്പ്പെടുന്ന ശക്തമായ ഒരു മനുഷ്യനെ പരിചയപ്പെടുത്തുന്ന കവി, നമ്മക്ക് മൂല്യച്യുതി വന്നിട്ടില്ലയെന്ന് വിളിച്ചു പറയുന്നു.

പ്രണയത്തിന്റെ മാസ്മരികതയിലും അരൂപിയായ ചൈതന്യത്തെ കവി തിരയുന്നതായും, അതീന്ദ്രിയമായ അനുഭൂതിയിലേക്ക് കവി നടന്നുപോകുംപോലെയും തോന്നുകയാണ്.

സമുദ്രത്തിലും, പുഴയിലും, സൂര്യനിലും മഴവില്ലിലും, ജലത്തിലും എന്തിലേറെ അനന്തവിഹായസിലേക്ക് പറന്നുയരുന്ന അപ്പുപ്പൻ താടിയിലും പ്രണയമെന്ന പ്രകൃതിയുടെ മഹാകാവ്യം കാണാൻ കവി മിഴികൾ തുറന്നിരിയ്ക്കുകയാണ് എന്നു തോന്നിപ്പോ- കുന്നുണ്ട്...!

പ്രണയം, പ്രണയിനി, ബാലഭാസ്ക്കർ എന്നീ കവിതകളിലൂടെ നഷ്ടപ്രണയത്തിൻ്റെ തീരാവേദനകളും അറുതിയില്ലാ കാത്തിരുപ്പുകളേകി വിട പറയുന്ന നോവുതിരും പ്രണയവും തീവ്രമായി വരച്ചു വയ്ക്കുന്നുണ്ട് കവി. പ്രണയാന്ത്യം ഒന്നിച്ചെതിനു ശേഷം

ഏകാകിയായിപ്പോയ ബാലഭാസ്ക്കറിന്റെ ലക്ഷ്മിയെ വായിക്കുമ്പോൾ വായനക്കാരിലും കണ്ണിൽ നീർ കിനിയും.

അരൂപിയായ ദൈവത്തെ തേടുന്ന കവിയിൽ ഒരു ആത്മീയസത്ത തേടുന്ന വരികളാണ് കൂടുതലായും ദർശിക്കാനാവുന്നത്.

ദൈവത്തിന്റെ ശക്തിയും, പ്രകൃതിയുടെ അത്ഭുത സമസ്യകളും ഏകോപിപ്പിച്ച് ആത്യന്തികമായും ദൈവികതയെ തേടി നടക്കുന്നുണ്ട് ചില കവിതകളിൽ കവി.

കൃഷ്ണഭക്തിയും, രാധയും പ്രണയവും, പരിഭവങ്ങളും ഇഴചേരുന്നുണ്ട് ചില കവിതകളിൽ.

പ്രകൃതിയും, സ്ത്രീയും പുരുഷനും ഭൂഗോളത്തിലെ സകല ചരാചരങ്ങളും കാവ്യ വിഷയമാക്കുന്ന കവിക്ക് ഇനിയും ധാരാളം കാവ്യപുസ്തകങ്ങൾ കൈരളിക്കേകാനാകും എന്നതിൽ സംശയമില്ല.

കാരണം പ്രതിഷേധവും ആധ്യാത്മികതയും, സ്നേഹവും ചേർന്നുരുകിയൊലിക്കുന്നൊരു കാവ്യ ഹൃദയമുണ്ട് അനൂപ് ബാബുവിനെന്ന് പറയാതെ പറയുന്നുണ്ടി കവിതാ സമാഹാരം.

ഞാൻ പേരെടുത്തു പറയാത്ത നിരവധി കവിതകൾ ഈ പുസ്തകത്താളിൽ വായനക്കാർക്കായി കാത്തിരുപ്പുണ്ട്.

ഇനിയുമിനിയും മനുഷ്യ പക്ഷത്തുനിന്ന്

വായനക്കാരന്റെ ആത്മാവിനെ തട്ടിയുണർത്തുന്ന, മനസ്സുകളെ കാവ്യാത്മകമാക്കുന്ന കവിതകൾ

അനൂപ് ബാബുവിന് മലയാളത്തിന് സമർപ്പിക്കാനാവട്ടെയെന്ന് ആഗ്രഹിച്ചുകൊണ്ട് നിന്നിലേയ്ക്ക് നടന്നെത്തുമ്പോൾ എന്ന പുസ്തകം ഏറെ വായനക്കാരിലെത്തട്ടെയെന്നും ആശംസി-ക്കുന്നു.

- സസ്നേഹം

ലക്ഷ്മി ദാമോദർ

# അനൂപ് ബാബുവിന്റെ കവിതകൾ

നൈസർഗ്ഗികമായ വികാരങ്ങളുടെ ശക്തമായ ആവിഷ്കാരമാണ് കവിതയെന്ന് നിർവ്വചിക്കുമ്പോഴും, ഈ ലോകത്തെയും, ജീവിതത്തെയും, ജീവിതാനുഭവങ്ങളെയും സന്നിവേശിപ്പിച്ചു കൊണ്ട് വാക്കു കൊണ്ടും, മൗനം കൊണ്ടും വരക്കുന്ന ഇന്ദ്രജാലമാണ് കവിതയെന്ന് നാം തിരിച്ചറിയുന്നുണ്ട്. ഒരാൾ കവിതയെഴുതുമ്പോൾ കവിത അയാളെയും എഴുതുകയാണ്. നവീകരണത്തിന്റെ, പുതുക്കിപ്പ-ണിയലിന്റെ ഒരു തുടർച്ച തന്നെയാണ് കവിതയെഴുത്ത്. വെറുമൊരു സങ്കൽപ്പസൃഷ്ടി എന്നതിലുപരിയായി വാക്കു കൊണ്ടും, വേദന കൊണ്ടും, പ്രണയത്താലും, മൗനത്താലും, അനുഭവങ്ങളെയും, സാഹചര്യ-ങ്ങളെയും മാറ്റിപ്പണിയുകയാണ് കവിതയിലൂടെ എഴുത്തുകാരൻ ചെയ്യുന്നത്. ജീവിതത്തിന്റെ കെട്ടു കാഴ്ചകളിൽ അഭിരമിക്കുന്നിടയിൽ പൊള്ളുന്ന ജീവിത യാഥാർത്ഥ്യങ്ങളെയും സംഘർഷങ്ങളെയും സ്വയം വരിച്ച് ജീവിതം കൈവിട്ടു പോയവരെയും, വാക്കുകൾ നഷ്ടപ്പെട്ടവരെയും സഹാനുഭൂതിയോടെ ചേർത്തു നിർത്തുന്ന വരികളുമായി നമുക്കിടയിൽ ശാന്തമായി തുടരുന്നവരുമുണ്ട്. ജീവിത നൈരാശ്യത്തിന്റെ പടുകുഴിയിലേക്ക് ആണ്ടുപോകാതെ ജീവിത പരിസരങ്ങളിൽ കൈത്താങ്ങായി കവിതയെ ഒപ്പം ചേർക്കുന്നവർ.

'എന്റെ വാക്കുകൾക്ക് മാർദ്ദവം അല്പം കൂടിപ്പോയി. എനിക്ക് കൂർത്ത പാറക്കല്ലുകൾ പോലുള്ള പരുക്കൻ വാക്കുകൾ വേണം' എന്നെഴുതിയത് പാബ്ലോ നെരൂദയാണ്. വർത്തമാന കാലത്തെ ദുരന്ത സമാനമായ യാഥാർത്ഥ്യങ്ങളെ അഭിമുഖീകരിക്കുമ്പോൾ എഴുത്തുകാരന് അത്തരം പരിസ്ഥിതികളെ നേരിടേണ്ടി വരുന്നത് സ്വാഭാവികമാണ്. അനൂപ് ബാബുവിന്റെ വരികളിലൂടെ കടന്നു പോവുമ്പോൾ ആനുകാലിക പ്രസക്തിയുള്ള വിവിധങ്ങളായ വിഷയങ്ങൾ കൈകാര്യം ചെയ്യുന്ന കവിതകൾ കാണാം

മഴയും, വിരഹവും, സൗഹൃദവുമെല്ലാം ഇഴ ചേർന്ന മനോഹരമായ പ്രണയ സങ്കൽപ്പത്തിന്റെ സ്വപ്നത്തേരിലേറി അനൂപ് ബാബുവിന്റെ തൂലിക സഞ്ചരിക്കുമ്പോൾ നമ്മളും നിലാവ് പൂത്തുലയുന്ന കിനാവിന്റെ ഓരത്ത് പ്രണയിനിയെക്കാത്തിരിക്കുന്ന വിരഹാർദ്രരാവുന്നു

'പക്ഷേ ഒരുമിച്ചൊരു സ്വപ്നം കാണാൻ കഴിയയില്ലല്ലോ

നിന്നെ നീയായും എന്നെ ഞാനായും നിർത്തിയാലല്ലേ

പ്രണയവല്ലരിക്ക് പുഷ്പിക്കാനാവൂ'

എന്ന തിരിച്ചറിവും 'പ്രണയനി' എന്ന കവിതയിൽ കവി പങ്കുവയ്ക്കുന്നു

ആഗ്രഹിച്ചു നേടിയത് കൈയ്യിലെത്തുന്ന അസുലഭ നിമിഷത്തെ അത്രമേൽ ആത്മാർത്ഥതയോടെ നെഞ്ചോട് ചേർക്കുമ്പോൾ,

ആ ഒരവസരത്തിനായി ഒപ്പമുണ്ടായിരുന്നതെല്ലാം കൈവിട്ടു പോകുന്ന നിസ്സഹായാവസ്ഥ 'എന്റെ തോണിക്കാരൻ' എന്ന കവിതയെ വ്യത്യസ്തമാക്കുന്നു.

വഞ്ചനയുടെ ചതിക്കുഴികൾ നിറഞ്ഞ ഈ കപടലോകത്ത് വ്യത്യസ്തമായ രീതിയിൽ തിരിച്ചറിവുകൾ നേടിയ സ്ത്രീയുടെ പുതിയ മുഖവും സൈ്ഥര്യവും പങ്കു വയ്ക്കുന്ന 'സുഭദ്രം' എന്ന കവിതയിലെ വരികൾ ഇന്ന് ഒരുവൾ തന്റെ ജീവിതത്തെ എങ്ങനെ നോക്കിക്കാണുന്നു എന്ന് പറഞ്ഞ് വയ്ക്കുന്നുണ്ട്. പറയുവാനാകാതെ പോയ തന്റെ ഇഷ്ടത്തെ നെഞ്ചോട് ചേർത്ത് കൊണ്ട് 'മൗനാക്ഷരങ്ങൾ കൊണ്ട് നീ കവിത രചിക്കുമ്പോൾ സ്നേഹത്തൂവൽ കൊണ്ട് ഞാൻ വസന്തം വിരിയിക്കട്ടെ? എന്ന് കവി പാടുമ്പോൾ ജന്മങ്ങൾക്കപ്പുറം താമരപ്പൊയ്കയിൽ പൂവിട്ടയീ സൗഹൃദം ഓർമ്മയിലുണ്ടോ പ്രിയ സഖീ' എന്ന് വായനക്കാരനും ചോദിച്ചു പോകുന്നു.

ദുഃഖത്തിലും, വേദനയിലും, പട്ടിണിയിലും ദൈവത്തെ തേടുകയും, അസമത്വത്തിന്റെ കാരണമന്വേഷിക്കുകയും ചെയ്യുന്ന സാധാരണക്കാരനായ ഒരുവൻ തന്റെ അന്വേഷണങ്ങൾക്കൊടുവിൽ ദാർശനികമായ തിരിച്ചറിവുകൾ നേടുമ്പോൾ, ചിന്തകൾക്ക് കടിഞ്ഞാണായി മരുന്നുകൾ വേണമെന്നും, അല്ലാതെ തനിക്ക് ഉറങ്ങാനാവില്ലെന്നും 'ഉറക്കം' എന്ന കവിത പറഞ്ഞു വെക്കുമ്പോൾ എത്ര സ്പഷ്ടമായാണ് കവി ഈ പ്രപഞ്ചസത്യം വിവരിച്ചത് എന്ന് ഓർത്തു പോകുന്നു.

'കവികളെല്ലാം അപ്രത്യക്ഷരാകുന്ന കാലത്ത് നമുക്കിനി പ്രണയിക്കാം സഖീ അല്ലെങ്കിൽ അവരീ പ്രണയവും കവിതകളാക്കും'

'പ്രിയ തോഴി'എന്ന കവിത പ്രണയ മുഗ്ദ്ധമായ വിശേഷാവസ്ഥയുടെ ബാക്കിപത്രമായി നമ്മിലവശേഷിക്കുന്നു. രാധാകൃഷ്ണ പ്രേമവും, ഭക്തിയും സന്നിവേശിപ്പിച്ച് എഴുത്തിനെ മറ്റൊരു അലൗകിക തലത്തിലേക്ക് കൊണ്ടെത്തിക്കുമ്പോഴും, കവി തന്റെ പച്ചയായ ജീവിത യാഥാർത്ഥ്യങ്ങളേയും ഒപ്പം ചേർക്കുന്നുണ്ട്. കെട്ട കാലത്തെയും കവിതയിൽ ചേർത്തു വെക്കുന്ന കവി ഒരിക്കലും പരാജയ ബോധത്തിലേക്ക് വീണ് പോകാതെ പ്രതീക്ഷയും നറു വെളിച്ചവും കാത്തുസൂക്ഷിക്കുന്നുണ്ട് എന്നത് ശ്രദ്ധേയമാണ്. ഈ സമാഹാരത്തിലെ ചില കവിതകളെക്കുറിച്ച് മാത്രമേ പരാമർശിച്ചിട്ടുള്ളൂ.

കവിതയെഴുതുക എന്നത് ഒരു ശ്രമമാണ്. ആ പരിശ്രമത്തിൽ മികച്ചതിലേക്കുള്ള സഞ്ചാരത്തിന്റെ പടവുകളായി അനൂപ് ബാബുവിന്റെ ഓരോ കവിതയും മാറട്ടെ എന്നാശംസിക്കുന്നു. കാലം അതിനുള്ള കരുത്തും, പ്രതിഭയും ഈ കവിയിൽ ചൊരിയട്ടെ എന്ന് ആത്മാർത്ഥമായി ആശംസിക്കുന്നു.

- രവിത ഹരിദാസ്

# ആശംസ

കോളേജ് ദിനങ്ങളിൽ ഞങ്ങൾ അനൂപിനെ 'ജയന്റ് പാണ്ട' യുടെ വിഭാഗത്തിലാണ് പെടുത്തിയിരുന്നത്.

വലിയയില്ല, കുടിയയില്ല, ഫ്ളർട്ടിംഗ് ഇല്ല.

വംശനാശം സംഭവിച്ചു കൊണ്ടിരിക്കുന്ന സ്പീഷ്യസ്. പക്ഷെ ഇപ്പോൾ പ്രണയത്തെക്കുറിച്ച് വാരിച്ചൊരിഞ്ഞ് എഴുതുന്ന അനൂപിന്റെ മനോഭാവത്തിൽ മാറ്റം സംഭവിച്ചിട്ടുണ്ട് എന്ന് എനിക്ക് മനസ്സിലാവും. വളരെ സരളമായി വായിച്ചു പോകാവുന്ന എന്നാൽ ഗഹനമായ ആശയങ്ങളും, സത്യവും, സുന്ദരഭാവങ്ങളും ഉൾക്കൊള്ളുന്ന ഈ കൊച്ചു കവിതകളിലൂടെ കടന്ന് പോയി തിരിച്ചു വന്നപ്പോൾ മനസ്സിലായി മനസ്സിലായി ഈ കവിതകളിലെല്ലം ഒരു 'നഷ്ട പ്രണയം' ആവർത്തിക്കുന്നതായി.

'പട്ടിണി' എന്ന കവിത നമ്മുടെ ചരിത്രമാണ്. 'എന്റെ തോണിക്കാരൻ' ആനുകാലിക സംഭവമാണോ എന്ന് തോന്നിപ്പോവും. കൊറോണ പ്രണയം എന്ന ആശയത്തെ തൂത്തെറിഞ്ഞു എന്ന അനൂപിന്റെ നിരീക്ഷണത്തോട് പൂർണ്ണമായും യോജിക്കാനാണ് എനിക്കിഷ്ടം. സ്ത്രീ സൗന്ദര്യത്തെ ആവോളം വർണ്ണിക്കുന്ന അനൂപ്, രാധാകൃഷ്ണ ബിംബത്തെയും ഉപയോഗിക്കുന്നുണ്ട്.

ചുരുക്കത്തിൽ എന്റെ സഹപാഠിയുടെ ഈ പ്രഥമ സംരഭം കൈരളി രണ്ടു കൈയ്യും നീട്ടി സ്വീകരിക്കും എന്നെനിക്കുറപ്പാണ്.

'നിന്നിലേക്ക് നടന്നെത്തുമ്പോൾ'

വീണ്ടും വീണ്ടും വായിക്കപ്പെടേണ്ടതാണ്. വായനക്ക് ശേഷം നമ്മെ പിന്തുടരുകയും ചെയ്യും.

അനൂപിന്റെ കവിതകൾക്ക് എല്ലാ ആംശസകളും നേരുന്നു.

- സസ്നേഹം,

സുരേഷ് ബാബു. റ്റി.സി.
അസിസ്റ്റന്റ് ജനറൽ മാനേജർ
കൊച്ചിൻ ഷിപ്പ്യാർഡ് ലി
മിറ്റഡ്

# 1. മാനസേ...

മാനസേ നീയെൻ

മാനസപുത്രി

രാക്ഷസരാജനാൽ

കൊല്ലപ്പെട്ടു.

മായയായ് വന്ന

മാരീച ഭാവത്തിൻ

മോഹന വേഷത്തിൽ

എന്തേ നീ വീണ്ടും

മയങ്ങി വീണു...

കാലങ്ങളൊട്ടു

കഴിഞ്ഞുവെന്നാകിലും

ഭിക്ഷുവായ് വന്ന

രാവണരാജനെ

നീ തിരിച്ചറിഞ്ഞു.

രാക്ഷസരൂപം

കണ്ടു ഭയന്നു നീ

തന്റേടത്തോടെ

നിലപാടെടുത്തു.

അച്ഛനുമമ്മക്കും

ഓമനയായ നീ
കൂട്ടുകാർക്കെന്നും
തങ്കക്കുടം.
തന്നിടം കാണുവാനുള്ള
വ്യഗ്രതയിൽ നീ
ലക്ഷ്മണ രേഖയെ
മറന്നിരുന്നോ...
പ്രണയാന്ധകാരം
ബാധിച്ച മനസ്സിൽ
നിന്നുതിർന്ന തിരകൾ
നിന്നുടെ നേരെ
കുതിച്ചിടുമ്പോൾ
ചേതനയറ്റത്
ഞങ്ങൾ തൻ ധിഷണ
ഞങ്ങൾ തൻ ബോധം
മാനസേ... ഞങ്ങൾക്ക്
മാപ്പു നല്കൂ...
അച്ഛനുമമ്മക്കുമെന്നുമെന്നും
മാനസത്തിൽ നീ
ജ്വലിച്ചു നിൽക്കും.

# 2. എന്റെ തോണിക്കാരൻ

അത് മഴക്ക് മുമ്പായിരുന്നു
തെളിഞ്ഞ ആകാശവും
പച്ചപ്പും സമൃദ്ധിയും.

മഴക്കു ശേഷം
ഇടിയും മിന്നലും
പ്രക്ഷുബ്ധതയും
ആയിരുന്നു

വെള്ളത്തിന്റെ
കുത്തൊഴുക്കിൽ
ഒലിച്ചു പോയപ്പോൾ

വിദഗ്ദനായ തോണിക്കാരൻ
രക്ഷിച്ച് കരയ്ക്കടുപ്പിച്ചു.

നന്ദി പറയാൻ
തിരിഞ്ഞ് നോക്കിയപ്പോൾ
ചുഴിയിൽ പെട്ട്

വള്ളം മറിഞ്ഞയാൾ
അഗാധതയിലേക്ക്
മാഞ്ഞു പോയത്...

വേദനയോടെ
നോക്കി നിൽക്കേണ്ടി വന്നു.

ഒരു പ്രണയം

ഞാൻ കൊതിച്ചിട്ടുണ്ട്.

എന്നെത്തേടിയുള്ള

എന്റെ യാത്രയിലാ

പ്രണയം എന്നെ

തേടി വരും.

അപ്പൂപ്പൻ താടി പോലെ

പറന്നു വരുന്ന

ആ പ്രണയത്തിൽ

ഞാനെന്റെ ഹൃദയം

ചേർത്ത് വെക്കും.

മഴവില്ലും, താമരപ്പൊയ്കയും

നക്ഷത്രങ്ങളും

ഞാനാ കണ്ണുകളിൽ

കാണും.

കൈകൾ കോർത്ത്

വസന്തം വിരിയിച്ച്

ഞങ്ങൾ ഉല്ലാസയാത്ര

പോവുമ്പോൾ

ദൈവമേ...നീ

എവിടെയായിരിക്കും

# 4. സുഭദ്രം

നീല നിറമുള്ള
വേനൽപ്പൂവിന്റെ
ചാരുത നീ കണ്ടിട്ടുണ്ടോ

പ്രണയ താഴ്വരയിൽ
അവൻ ഇട്ട ചൂണ്ടയിൽ
അവൾ കൊത്തിയില്ല

സൂത്രവാക്യങ്ങൾ
കൃത്യമായി ചേർത്ത്
തയ്യാറാക്കിയ
സമവാക്യമായിട്ടും.

അവിടെ...
മറ്റൊരു അതികായന്റെ
നിറവ് അവൻ
തിരിച്ചറിഞ്ഞു.

നൈമിഷിക സുഖത്തിനല്ലാതെ
പ്രണയം തേടുന്ന
ഒരാമാനുഷിക സാന്നിധ്യം.

അവളുടെ സ്വപ്നങ്ങളെ
താലോലിക്കുന്ന
ആ ...കൈകളിലവളുടെ
പ്രണയം സുഭദ്രം.

# 5. എന്റെ

എന്റെ കൈകളിലൂടൊലിച്ചു
പോയ സമുദ്രത്തിൽ
നിന്റെ സ്നേഹമുണ്ടായിരുന്നു.
മഞ്ഞ നിറത്തിൽ
നിന്നിലലിഞ്ഞ സൂര്യനിൽ
ഞാനുമുണ്ടായിരുന്നു.
മേഘപാളികൾ തമ്മിലുരസി
പെയ്ത മഴയിൽ
നമ്മുടെ പ്രണയം
നനയാതെ നടന്നത്
കാലത്തിന്റെ അനിവാര്യത
കൊണ്ടായിരുന്നു...

# 6. അപ്പൂപ്പൻ താടി

ആ പാറി വരുന്ന
അപ്പൂപ്പൻ താടി
ഒരു പ്രണയമാണല്ലോ...
കൂട്ടു കൂടിയാലോ?
എ)വിടുന്നാ വരുന്നേ,
എ)ങ്ങോട്ടാ പോവുന്നേ,
എ)ന്നൊന്നും ചോദിക്കേണ്ട,
അനന്ത വിഹായസ്സിൽ
ചേർന്നങ്ങ് പാറാം
ആകാശത്തിലലിഞ്ഞങ്ങില്ലാതാവാം.

# 7. മഴവില്ല്

എനിക്ക് നേരേ
നീണ്ട നോട്ടം
പ്രണയമായിരുന്നോ
എന്നെ തടഞ്ഞ
കരങ്ങൾ
കരുതലായിരുന്നോ
വിതുമ്പിയ
അധരങ്ങളാൽ
തീർത്തത്
കവിതയായിരുന്നോ
ഓർമ്മയുടെ
വാനങ്ങളിൽ
പൊട്ടിയ പട്ടം പോൽ
എൻ മനമലഞ്ഞപ്പോൾ
മാഞ്ഞ് പോയ
മഴവില്ല്
നീയായിരുന്നോ...

# 8. പ്രിയ കൂട്ടുകാരി...

മൗനാക്ഷരങ്ങൾ കൊണ്ടു
നീ കവിത രചിക്കുമ്പോൾ
സ്നേഹത്തൂവൽ കൊണ്ട്
ഞാൻ വസന്തം വിരിയിക്കട്ടെ...?

സാഗരത്തിനടിത്തട്ടിൽ
ഞാൻ കണ്ടെത്തിയ പവിഴം
നക്ഷത്ര താഴ്വാരങ്ങളിലും
കൂട്ടിന് വന്നപ്പോൾ

ജന്മങ്ങൾക്കപ്പുറം
താമരപ്പൊയ്കയിൽ
പൂവിട്ടയീ സൗഹൃദം
ഓർമ്മയിലുണ്ടോ പ്രിയ സഖീ...

ഇന്നുമെന്നും...?

# 9. സ്നേഹിതേ...

നമുക്കൊാരുമിച്ചൊാരു
പാട്ട് കേൾക്കാം
സിനിമ കാണാം
പക്ഷെ ഒരുമിച്ചൊാരു
സ്വപ്നം കാണാൻ
കഴിയില്ലല്ലോ
നിന്നെ നീയായും
എന്നെ ഞാനായും
നിർത്തിയാലല്ലെ
പ്രണയവല്ലരിക്ക്
പുഷ്പിക്കാനാവൂ
ഞാൻ കണ്ട സ്വപ്നം
കവിതയായും
നീ കണ്ട സ്വപ്നം
നൃത്തമായും
ആവിഷ്കരിക്കുമ്പോൾ
ആകാശഗംഗയിലെ
നക്ഷത്രങ്ങൾ
തല കുനിക്കുന്നത്

നീ കണ്ടിട്ടുണ്ടോ
പ്രണയം പൂത്ത
മനസ്സുകൾക്കായി
ഉദ്യാനത്തിലെ
പ്രത്യേക ഇടങ്ങൾ
നീ കണ്ടിട്ടില്ലേ
പിന്നെവിടെല്ലാം
എ)വിടെല്ലാം നാം
സഞ്ചരിച്ചിട്ടുണ്ട്
തിരമാലകൾ
നിശബ്ദമാവുന്നത്
നാം കണ്ടിട്ടുണ്ട്
സായന്തന സൂര്യൻ
ചക്രവാളത്തിൽ
മറയുമ്പോൾ
പരന്ന നിലാവിൽ
നമ്മുടെ കിനാവുകൾ
ചേർത്ത് വെച്ചിട്ടുണ്ട്
മാനത്തമ്പിളി മങ്ങി
കിഴക്ക് വെട്ടം
തെളിയുമ്പോൾ
നമുക്കും പിരിയേണ്ടിവരും
നട്ടുച്ച സൂര്യന്റെ

താപത്തിൽ

നമ്മുടെ പ്രണയവും

തളർന്ന് വീണേക്കാം

അപ്പോഴും

ഒരിക്കലും മുട്ടാത്ത

നേർരേഖകൾ പോൽ

നാം മുന്നോട്ടൊഴുകും...

# 10. നാനാർത്ഥം

പ്രണയത്തിൻ
താഴ്‌വരയിൽ
ഏകാന്തമായ്
ചരിക്കുമ്പോളൊരു
കുഞ്ഞു പുഷ്പമായ്
നീ ശ്രദ്ധയിൽപ്പെട്ടു.
പൂമ്പാറ്റയായ് പറന്നിറങ്ങി
നിൻ സ്നേഹത്തിന്
മധു നുകരുമ്പോൾ
നിന്നിലെ നീ
സാക്ഷാത്കരിക്കപ്പെട്ടു-
വെന്ന് പറഞ്ഞപോൽ...
ആയിരം പുഴകളെത്തി-
യാലും കവിയാത്ത
സമുദ്രം പോൽ
തിരികെ പോരുമ്പോൾ
പ്രണയത്തിൻ നാനാർത്ഥം
ഞാനും... ഗ്രഹിച്ച പോൽ.

# 11. പ്രണയം

ഒരു നാൾ മനുഷ്യ

മനസ്സുകളിൽ

കുളിർ നിലാവായി

നിന്നിരുന്ന ഞാൻ

തുരത്തപ്പെട്ടു...

ഉദ്യാനങ്ങളിൽ

കടൽത്തീരങ്ങളിൽ

റെസ്റ്റോറന്റുകളിൽ

സിനിമാശാലകളിൽ

മാളുകളിൽ

ക്യാമ്പസുകളിൽ...

ആണിനും പെണ്ണിനും

ഒരുമിക്കാനാവാതെ

എല്ലായിടത്ത് നിന്നും

തുരത്തപ്പെട്ടു

അടുത്ത മാസം

കണ്ടുപിടിച്ചേക്കാവുന്ന

വാക്സിനിൽ

പ്രതീക്ഷ അർപ്പിച്ച്

ചന്ദ്രതാരകങ്ങളിൽ
ഞാൻ ജീവിക്കുന്നു
ആണും പെണ്ണും
ഒരുമിക്കുമ്പോൾ
തിരിച്ചു വരാം എന്ന
പ്രതീക്ഷയോടെ.
ഏറെ കരുതലോടെ
എനിക്ക് വേണ്ടി
കാത്തിരിക്കണം
എന്ന പ്രാർത്ഥനയോടെ...
നിങ്ങളുടെ സ്വന്തം,
പ്രണയം.

# 12. പ്രിയപ്പെട്ട ബാലഭാസ്കർ

പൂവിതൾ തേനെല്ലാം
വയലിന്റെ നാദത്താൽ
ചായം കലക്കിയ
ഗഗനത്തിൽ തട്ടി
മധുരമായ് വീണപ്പോൾ

കണ്ടതും കേട്ടതും
നിന്നെ മാത്രം കൃഷ്ണാ...
കാത്തിരിക്കുമീ രാധിക
ഇനിയും...

വർഷങ്ങളെല്ലാം
ഓർമ്മകളായി...
നീ തന്ന പ്രേമം
ഇനിയും ബാക്കിയായ്

എങ്ങു പോയ് കൃഷ്ണാ
യദുകുല സ്നേഹം
തേടുന്നീ രാധിക

ഏകാകിനിയായ്...

വൃന്ദാവനമില്ല
തോഴിമാരില്ല
മറക്കുവാനാവില്ല
നിന്നെയെന്നാലും

കാത്തു കൊള്ളാം നിന്നെ
സ്നേഹിച്ചു കൊള്ളാം
ഈ ലക്ഷ്മിയെ തേടി നീ
ഒരു വട്ടം കൂടി
വന്നുവെന്നാൽ...

# 13. ഞാൻ...?

ശാശ്വതസത്യം
മസ്തിഷ്കം തുരന്ന്
പുറത്ത് പോവുന്നതിന് മുമ്പ്
പാടുന്ന ഗീതകത്തിന്റെ
ആടുന്ന നർത്തനത്തിന്റെ
പൊരുളറിയാതെ നടന്ന നാളുകൾ
ഏറെ നാളുകൾ...
സുകുമാരകലകൾ
ലാളിത്യം നല്കിയ
കാവ്യ ബിംബത്തിന്റെ
അർത്ഥ ശീലുകൾ,
പരമാർത്ഥത്തിന്
നാനാർത്ഥം നല്കിയ
തത്വ സംഹിതകൾ.
ഉത്സവങ്ങൾ ഭാവപ്പകർച്ച
നൽകിയ ഈശ്വരവിശ്വാസം,
ഭൗതികവും ആത്മീയവുമായ
കയറ്റിറക്കങ്ങൾ,
അന്വേഷണങ്ങൾ,

പ്രണയം...

ഒടുവിലീ ശാശ്വത സത്യത്തിനു

മുന്നിൽ

എല്ലാം നിലക്കുമ്പോൾ

ഇനിയും

അവേശേഷിക്കുന്നു

ഞാനെന്ന ചോദ്യം...

# 14. കവിത

പേനയാൽ രചിച്ചതെല്ലാം
കവിതയായിരുന്നെങ്കിൽ
ഹൃദയത്തിൽ തട്ടിയത്
പ്രണയമായിരുന്നില്ലേ...

സമവാക്യം തെറ്റിയ
അക്ഷരക്കൂട്ടുകൾ
ഓർമ്മയിൽ നിന്ന്
മായ്ക്കുവാനാവുമ്പോൾ

അവശേഷിക്കുന്നതെല്ലാം
ജീവിതം തന്നല്ലേ
സൂത്രവാക്യങ്ങളില്ലാത്ത
ഉന്മേഷ ജീവിതം...?

# 15. എന്റെ ദൈവം

എന്റെ ദൈവത്തിന്
ശരീരമുണ്ടായിരുന്നില്ല
അതുകൊണ്ട് അദ്ദേഹത്തെ
ആരും കണ്ടില്ല.

എന്റെ ദൈവത്തിന്
കണ്ണുകളുണ്ടായിരുന്നില്ല
അതുകൊണ്ട് അദ്ദേഹം
ആരെയും കണ്ടില്ല.

പക്ഷെ അദ്ദേഹത്തിന്
കാതുകളുണ്ടായിരുന്നു
അതു കൊണ്ട്
എല്ലാവരേയും കേട്ടു.

# 16. പ്രേമലേഖനം

നീയെന്ന താരകം
എന്നിലെത്താത്തിടത്തോളം
വർണ്ണ പ്രപഞ്ചങ്ങൾ
എന്നിലുമുണ്ടാവില്ല
അക്ഷര പുഷ്പങ്ങൾ
കോർത്തിണക്കി ഞാൻ
സൃഷ്ടിച്ചെടുക്കുന്ന
ഹാരങ്ങളൊക്കെയും
നിൻ കണ്ഠത്തിലണിയു-
വാൻ കഴിയുകയില്ലെന്നാൽ
വ്യർത്ഥമല്ലേ ജീവിതം
പ്രിയ സഖീ...
ഓർമ്മകളെന്നും
ഉണ്ടായിരിക്കണം.

# 17. എല്ലാം...

ഒരിഷ്ടത്താൽ
തീർക്കാനാവുമോ
നഷ്ടപ്പെട്ട
വർഷങ്ങൾ

ഒരു പുഞ്ചിരിയാൽ
നികത്തപ്പെടുമോ
വേർപെട്ട
സുദിനങ്ങൾ
എല്ലാം നല്ലതിനെന്ന
ചിന്തയുടെ
അടിസ്ഥാനമില്ലെങ്കിൽ
എങ്ങനെ കയറുമായിരുന്നു
ഞാനീ
വാരിക്കുഴിയിൽ നിന്ന്...?

# 18. കണ്ണാ

എന്നുണ്ണി കണ്ണാ
പൊന്നുണ്ണി കണ്ണാ
നിന്നെ തേടുന്നു രാധ
നൃത്തം ചവിട്ടുന്നു
ഗാനം പാടുന്നു
കവിതകളൊക്കെ-
യുമെഴുതുന്നു.
എന്നുണ്ണി കണ്ണാ
പൊന്നുണ്ണി കണ്ണാ
നിന്നെ തേടുന്നു രാധ.
വെണ്ണ കവർന്ന പോൽ
വസ്ത്രമപഹരിച്ച പോൽ
എന്നുടെ ഹൃത്തും
നീ മോഷ്ടിച്ചുവല്ലേ...
യുദ്ധതന്ത്രങ്ങളും
പാർത്ഥനു നൽകിയ
ഉപദേശങ്ങളും ഈ
രാധക്കൊരിക്കലും വേണ്ട
നിന്നുടെ പാൽ പുഞ്ചിരി

ഓടക്കുഴൽ നാദം
വൃന്ദാവനത്തിലെ കേളി-
കളിനിയും വരേണം
എന്നുണ്ണി കണ്ണാ
പൊന്നുണ്ണി കണ്ണാ
നിന്നെ തേടുന്നീ രാധ.

# 19. ഉറക്കം

ദു:ഖത്തിൽ ഞാൻ

ദൈവത്തെ തേടുമായിരുന്നു

പട്ടിണിയുടെയും വേദനയുടെയും

അസുഖങ്ങളുടെയും

അസമത്വത്തിന്റെയും

കാരണങ്ങൾ തേടുമായിരുന്നു

ഇവയൊന്നുമില്ലെങ്കിൽ

പ്രപഞ്ചത്തിന്റെ അസ്തിത്വം

അന്വേഷിക്കുന്നതിന്റെ

അർത്ഥമെന്ത്...?

അര കല്പം

ദൈവത്തിന്റേതാണെന്നും

അര കല്പം

മായയുടേതാണെന്നും

പുണ്യ ഗ്രന്ഥങ്ങളുടെ

വ്യാഖ്യാനങ്ങളിലുണ്ട്

എന്നിടത്ത് നിർത്താനാവുമോ

എന്റെ അന്വേഷണങ്ങൾ...?

ചിന്തകൾക്ക് കടിഞ്ഞാണായി
മരുന്നുകളില്ലാതെ
ഇന്നുമെനിക്ക് ഉറങ്ങാനാവില്ല...

എന്റെ കൈക്കുമ്പിളിലെ
പരൽ മീനാണ് നീ...
ചോദിക്കാതെ പൂവാടിയിൽ
പുഷ്പിച്ച ചെമ്പനീർപ്പൂ.
പ്രണയനിലാവ് ജാലകം
കടന്നെത്തിയപ്പോൾ
പുഷ്പബാണമേറ്റപോൽ
തരളിതമായ് ഹൃദയം.
ഓർമ്മയിലെവിടെയോ
വിരിഞ്ഞ ആ വസന്തം
മറ്റേതോ ജന്മത്തി-
ലേതായിരുന്നോ...
മഴയത്തും മഞ്ഞത്തും
തീരാത്ത സ്വപ്നം
നിനക്കാത്ത നേരത്ത്
പ്രണയമായ് വന്നപ്പോൾ
പ്രണയിനി നീ എന്റേതെന്ന്

ഞാന്‍ നിനച്ചിടുന്നു

കൈ വെള്ളയിലെ രേഖകള്‍

പോല്‍ മാഞ്ഞിടാതെ.

# 21. പട്ടിണി...

അയാളുടെ പേര് കുഞ്ഞിരാമൻ
എന്നായിരുന്നു
ജോലി പാറപൊട്ടിക്കൽ
ആയിരുന്നു
വെയിലത്ത് നിന്ന്, വിയർത്ത്
പാറ പൊട്ടിക്കുമ്പോൾ
അയാൾക്കൊരു സ്വപ്നം ഉണ്ടായിരുന്നു
ഈ കല്ലുകൾ കൊണ്ട് തന്റെ മകൻ
ഒരിക്കൽ സ്വന്തമായൊരു ഭവനം
പണിയുന്ന സ്വപ്നം.
അയാൾക്കൊരു ദൈവം ഉണ്ടായിരുന്നു
ദൈവം ഇല്ലാ എന്ന് പറഞ്ഞ ദൈവം
ദൈവത്തെ ഏറെ ഇഷ്ടപ്പെട്ടിരുന്ന
അയാൾക്കൊരു സംശയമുണ്ടായിരുന്നു
തന്റെ ദൈവം അങ്ങനെ
പറഞ്ഞിട്ടുണ്ടാവുമോ...?

# 22. വിപ്ലവകാരി...

തലച്ചോറ് തുറന്ന് പരിശോധിച്ചപ്പോൾ
കണ്ടത് സ്നേഹമായിരുന്നു.
ഹൃദയം വെട്ടിത്തുറന്ന്
നോക്കിയപ്പോൾ കണ്ടതും
സ്നേഹം തന്നെ.
ശ്വാസകോശം, ആമാശയം
എല്ലായിടത്തും സ്നേഹം മാത്രം.
എന്നിട്ടും...
നിങ്ങളെന്തിനീ മനുഷ്യനെ കൊന്നു...?
പോസ്റ്റ്മോർട്ടം ചെയ്ത ഡോക്ടർ
നിരാശയാൽ ചോദിച്ചു...
സ്നേഹം അടിമത്വത്തെ ഇല്ലാതാക്കും
ഞങ്ങൾക്ക് കൂലികളെ കിട്ടാതാവും
അതുകൊണ്ട് ഞങ്ങളിവനെ
മുളയിലേ നുള്ളി...
അനുയായികളുടെ വാക്കുകൾ കേട്ട്
ലൂസിഫർ പൊട്ടിച്ചിരിച്ചു...

# 23. വായനാ ദിനം

പരീക്ഷണങ്ങൾ നേരിടേണ്ടി വരും
ജീവിത പരീക്ഷകളിൽ എന്നുറപ്പാ-
യിരുന്നു; എത്ര പരീക്ഷണങ്ങൾ
എന്നേ ഉണ്ടായിരുന്നുള്ളൂ...

മർദ്ദനങ്ങളേൽപ്പിച്ചില്ലേ
കഴുമരത്തിലേറ്റിയില്ലേ
അമ്പെയ്തില്ലേ
കുരിശിലേറ്റിയില്ലേ

മനുഷ്യരാശിയുടെ നന്മയെ
സ്വപ്നം കണ്ടണ്ടവരെ...
എങ്കിലും ജീവിത ലക്ഷ്യത്തിലെത്തണം
എന്ന് ഞാൻ നിശ്ചയിച്ചിരുന്നു.

ഭാഗ്യത്താൽ ഈശ്വരൻ നല്കി
ഗുരുവിനെ; ഗുരു, സദ്ഗുരു
ആയത് ജന്മങ്ങളുടെ പുണ്യം
എനിക്കായ് വന്ന ഗുരു...

മനസ്സിന് താഡനങ്ങളേറ്റപ്പോഴും
ഗുരു തന്നു ഉറപ്പ്...
ലക്ഷ്യത്തിലെത്തും
മാർഗ്ഗം ശരി തന്നെ.

ഒടുവിലിന്നീദിനത്തിൽ
ലക്ഷ്യത്തിലെത്തുമ്പോൾ
വരികൾക്കിടയിലൂടെ
വായിക്കാനഭ്യസിപ്പിച്ച
അച്ഛനും ലക്ഷ്യമുറപ്പിച്ചു
നൽകിയ ഗുരുവിനും
ജന്മാന്തരങ്ങളുടെ
പുനർജന്മങ്ങളിൽ നിന്നും
മോചനം നൽകിയ
ഈശ്വരനും... നന്ദി.

തിരിച്ചു പിടിക്കാൻ പറ്റുന്ന
നഷ്ടങ്ങളെ ഇപ്പോഴും
പറ്റിയിട്ടുള്ളു... ഈ ജീവിതത്തിലും.

# 24. പുതുവര്‍ഷം...

ഒരിക്കലെങ്കിലും പുഴ
കടലിലെത്താതിരിക്കില്ല
ഒരിക്കലെങ്കിലും നിന്റെ ചിന്തകള്‍
എന്നിലുമെത്താതിരിക്കില്ല...

പക്ഷെ... വൈകുവതെന്തേ...
ദീപങ്ങള്‍ കൊളുത്തി ഞാന്‍
കാത്തിരിക്കുന്നത്... നീ
കാണാതെ പോവുന്നതോ... അതോ?

ഭൂതകാലത്തിന്റെ ഭാണ്ഡക്കെട്ടുകള്‍
അഴിച്ചു വെച്ച്...
അങ്ങാ കുന്നിന്‍ ചെരുവില്‍
നമുക്ക് വരവേല്‍ക്കാം

ഈ പുതുവര്‍ഷ പുലരിയെ...

# 25. കുയിൽ

സ്വർഗ്ഗം നെയ്തെടുത്ത
നൂലിഴകൾ കൊണ്ട് തന്നെയാണ്
എന്നിണ കുയിലെ
നീയെനിക്കായ്
ഗാനവീചികൾ ഒരുക്കിയത്.
സ്നേഹത്തിന്റെ
നനുത്ത സ്പർശത്താൽ
അപ്പൂപ്പൻ താടി പോൽ
മഴവില്ലിനെ തൊട്ടു നടന്നപ്പോൾ
എനിക്കായ് നീ സഹിച്ച ത്യാഗങ്ങൾ
എന്നോർമ്മകളിലുണ്ടായിരുന്നില്ല.
ഒടുവിൽ ചിറകറ്റിന്ന്
ധരണിയിൽ വീണൊരു
കൃഷ്ണ തുളസിയായ്
പുനർജ്ജനിക്കുമ്പോൾ
ഒരു മഞ്ഞ മന്ദാരമായെങ്കിലും
എന്നരികിലെത്തുമോ
ഒരേ പൂവാടിയിൽ
അത്രമേൽ നിന്നെ ഞാൻ
സ്നേഹിച്ചു പോയി...

# 26. ആരോരുമറിയാതെ...

സ്നേഹക്കടലിൽ മുങ്ങി നിവരവേ
ഓർമ്മകളെല്ലാം മിന്നിവിടരുന്നു...
നക്ഷത്രശോഭ പോൽ ഇന്നുമാ ബാല്യം,
പ്രണയത്തിൽ ചാലിച്ച കൗമാരവും.

പ്രത്യയശാസ്ത്രം തേടിയ യൗവ്വനം
നോവുമാത്മാവിനെ
സ്നേഹിച്ചിടാത്തൊരു
തത്വശാസ്ത്രത്തെയും
സ്നേഹിക്കയില്ലെന്നുറച്ചതും
ഗാന്ധി തൻ അഹിംസയും
ശങ്കരന്റെ അദ്വൈതവും
മുന്നിലും തെളിയുമ്പോൾ...
ജീവിക്കാനാവുന്നിന്ന്
രാജവീഥികളിൽ
രാജാവിനെപ്പോൽ...
ആരോരുമറിയാതെ...

# 27. വസുന്ധരേ...

വസുന്ധരേ... അന്നു നിൻ
കൺ കോണുകളിൽ
ഞാൻ കണ്ടണ്ട നടനം
പ്രപഞ്ച രഹസ്യത്തിന്റേയോ
ഉന്മാദത്തിന്റേയോ...
ആഴക്കടലിന്നാഴങ്ങളിൽ
അഗ്നിസ്ഫുലിംഗം ജ്വലിച്ച പോൽ
ജീവരഹസ്യങ്ങൾ എൻ മുന്നിൽ
വെളിപ്പെടുമ്പോൾ... ഓമനേ
നീ നല്കിയ പ്രണയം...
ഇന്നുമെന്നോർമ്മകളിൽ
ഗുൽമോഹർ പൂത്തപോൽ
വസന്തം വിരിയിക്കുന്നു...

ഞാനെൻ തീരം തേടവേ
ഓളങ്ങൾ...
ഞാനെൻ സുഷുപ്തിയെ തേടവേ
ഓർമ്മകൾ...
സ്വപ്നങ്ങളൊക്കെയും
രക്തമായ് തീർന്നപ്പോൾ
ആകുലത മാത്രം ബാക്കിയാവുന്നു.
മുമ്പേ പറന്നൊരു പക്ഷിയെപ്പോൽ
തേടുന്നു ഞാനും ചുറ്റിനും ശാന്തി...

# 29. വാശി...

ഈ തൂലിക എന്നിൽ
നിന്നകറ്റുവാൻ
നീ പാടുപെടുവേ,
രചിച്ചിട്ടില്ല ഞാൻ
കവിതകളൊന്നുമേ
എന്നാത്മ സംതൃപ്തി-
യോളമിതുവരെ...
എല്ലാം ഭാവിയിലേക്കായി
സ്വരുക്കൂട്ടി വരവേ...
ഭാവി നിന്റേതാണെന്ന്
നീ വാശി പിടിക്കുന്നു...

# 30. ബാല്യകാല സഖി...

നീ രചിച്ച കവിതകൾ
നക്ഷത്ര തുളസിയായ്
ആകാശ മുറ്റത്ത്
നൃത്തം വെയ്ക്കവെ
ഓർമ്മയിലുണ്ട്
നമ്മുടെ ബാല്യവും
കൗമാരവും ഇന്നുമെന്നും.

സ്വപ്നങ്ങളെല്ലാം
മയിൽപ്പീലി തുണ്ടായ്
പുസ്തകത്തിനുള്ളിൽ
കാത്തു വെച്ചതും...
ആശിച്ച് മോഹിച്ച്
നോക്കിയിരുന്നതും.

ഇന്നവയെല്ലാം
നിന്റെ തൂലികയിൽ
പെറ്റ് പെരുകവേ...

കാണാത്തതെന്തേ
പ്രിയ സഖീ...
നമ്മുടെ പ്രണയം
ഒന്നിലുമൊന്നിലും...

# 31. നിർമ്മാല്യം...

ആകാശ ഗംഗയിൽ
പൂക്കൾ വിടരവെ
ആമ്പൽ വിടർന്നത്
ആർക്ക് വേണ്ടി...

ചന്ദനം ചാർത്തിയ
മന്ദസ്മിതത്താൽ
ഹൃദയത്തിൽ തൊട്ടത്
എന്തിനായി...

മനസ്സിന്റെ ശുദ്ധിയും
തനുവിന്റെ ശുദ്ധിയും
പരിമളം മെല്ലെ
പടർത്തിയപ്പോൾ
ആരാധകനാവുന്നു
ഞാനുമീ ദേവി തൻ...
നിർമ്മാല്യം തൊഴുവാൻ
വന്നതാണെങ്കിലും.

ഊർജ്ജങ്ങളൊക്കെയും
സ്വായത്തമാക്കിയ
എന്നിഷ്ട ദേവനെ
തന്നെയല്ലോ...

അർച്ചിക്കുന്നതീ ദേവി-
യുമെന്ന ഓർമ്മതന്നെ
അടുപ്പിക്കുന്നു ഞങ്ങളെ-
യേതോ മുൻജന്മ
ബന്ധത്തിൻ കണ്ണികളാൽ.

# 32. പ്രവാസി...

ആഹ്ളാദത്തിന്റെ തേൻ മഴയിൽ
ഇറ്റിറ്റ് വീണ ജലകണങ്ങൾ പിന്നീട്
പേമാരിയായ് പെയ്തപ്പോൾ
ഋതുഭേദങ്ങളുടെ വൈവിധ്യങ്ങൾ
തീർത്ത സൗഭാഗ്യതാഴ് വാരങ്ങളിൽ
ആരോരുമില്ലാതെ ഞാനലയുന്നു.

സായന്തനത്തിന്റെ തേരിലേറി
സൂര്യരശ്മികൾ യാത്രയായപ്പോൾ
അന്നും വിടരാതെ പോയ
പൂമൊട്ടുകളെയോർത്ത് ഞാൻ തേങ്ങി

ഇനിയുമെത്താത്ത ഉഷസ്സിനെ കാത്ത്
കാതങ്ങൾ കാത്തിരിക്കുമ്പോൾ
സ്നേഹം സ്മരണയിൽ മാത്രം
ഒതുക്കാനാവുന്ന പ്രേയസ്സിയും
അച്ഛനായ് വിതുമ്പുന്ന കണ്മണിയും
ഇന്നും മുന്നോട്ടുള്ള യാത്രയുടെ
പ്രേരകങ്ങൾ...

നേടാനും വെട്ടിപ്പിടിക്കാനും
ഒട്ടേറെയുണ്ടെന്നും പഠിച്ച
വിദ്യകളൊക്കെയും ധനമായ്
മാറ്റും വരെ വിശ്രമമിനി അരുതെന്നും
ഓർമ്മിപ്പിച്ചു വിട്ട കലാലയവും
വിജയിയായ് നീയെന്ന്
ഉറക്കപ്പറയവെ... തേങ്ങുന്നെൻ
ഹൃദയവും എന്തിനോ വേണ്ടി...

# 33. പ്രിയ തോഴീ...

കവികളെല്ലാം അപ്രത്യക്ഷരാവുന്ന
കാലത്ത് നമുക്കിനി
പ്രണയിക്കാം സഖീ...
അല്ലെങ്കിൽ അവരീ പ്രണയവും
കവിതകളാക്കും...

ആണിനെ മാത്രം സൃഷ്ടിക്കാതെ
പെണ്ണിനെ മാത്രം സൃഷ്ടിക്കാതെ
ആണിനേയും പെണ്ണിനേയും
സൃഷ്ടിച്ചത്...
കേവലം തലമുറ
നിലനിർത്താനല്ലല്ലോ...

പക്ഷെ ചില പ്രണയങ്ങൾ
കാണുമ്പോൾ കവികൾ
മഴവില്ലിൽ ചാലിച്ച്
കവിതകളെഴുതും

വായിക്കുന്ന സൃഷ്ടാവ്,
തന്നെ മറന്നേക്കുമോ
എന്നു കരുതിയാവാം
അവരെ വലിച്ചകറ്റും.

അതു കൊണ്ട് പ്രിയതോഴി...
കവികളുടെ മരണശേഷം
നമുക്കിനി പ്രണയിക്കാം.

# 34. മായ...

എന്റെ പ്രണയ പുഷ്പം
നിരസിച്ച് നീ
കഴിവ് തെളിയിച്ച് വരാൻ
പറഞ്ഞപ്പോൾ
ഈശ്വരനേക്കാൾ
ഈശ്വര സൃഷ്ടിയായ
നിന്നെ പ്രണയിച്ച ഞാൻ
ഈശ്വരനോട് ചോദിച്ചത്
ആ ഒരു വരം മാത്രം
വെട്ടിത്തിളക്കുന്ന ഊഷ്മാവിലും
അതിശൈത്യത്തിലും
ഉന്നതങ്ങളിലും താഴ്‌വാരങ്ങളിലും
ഞാൻ തപസ്സ് ചെയ്തു
പക്ഷെ... നാളുകൾക്കൊടുവിൽ
ഞാൻ തിരിച്ചു വന്നപ്പോൾ
അന്ന് കണ്ട സൗന്ദര്യം
നിന്നിലെനിക്കിന്ന് കാണാനാവുന്നില്ല.

# 35. സ്ത്രീയും പുരുഷനും

പ്രാണനെ അഗ്നിപരീക്ഷക്ക്
അയക്കുന്നതിന് മുമ്പ്
ലങ്കയിൽ യുദ്ധം ചെയ്തിട്ടുണ്ട്

പാതിവ്രത്യത്തിന്റെ
പരിശുദ്ധിയാൽ മധുരാരാജ്യം
വെണ്ണീറായിട്ടുണ്ട്

കണ്ഠത്തിൽ നിന്ന്
കൊടിയ വിഷമിറങ്ങാതെ
കൈ കൊണ്ട് തടുത്തിട്ടുണ്ട്

കൗരവ സഭയിൽ
സഹോദരീ തുല്യയുടെ
മാനം കാത്തിട്ടുണ്ട്

തുളസിക്കതിരിനാൽ
തുലാഭാരം നടത്തിയിട്ടുണ്ട്.

പരസ്പര പൂരകങ്ങൾ...
ദൈവം സൃഷ്ടിച്ച
പരസ്പര പൂരകങ്ങൾ...

# 36. കലാലയം

സങ്കൽപ്പങ്ങളെല്ലാം
വീണമീട്ടിയാലും
സുരലോക വീചികൾ
താളം പിടിച്ചാലും

ആവില്ല പ്രിയെ...
നിന്നോളമൊന്നും.

എത്രയോ പൂക്കൾ
വിരിഞ്ഞു പൊഴിഞ്ഞു
എത്രയോ തിരകൾ
തീരത്തടിഞ്ഞു പോയ്

വസന്തവും ഗ്രീഷ്മവും
വന്നു നിന്നങ്ങു പോയ്
കാലങ്ങളിനിയും
പോയ് മറഞ്ഞാലും

മറക്കാനാവില്ലെനിക്കാ
കലാലയം... പ്രിയേ
എനിക്കായ് നീ
ജീവിച്ച ആ കലാലയം.

# 37. കാലം

ചക്രവ്യൂഹം ഭേദിച്ചിറങ്ങാനീ വട്ടം

ഈശ്വരൻ തുണയാകുന്നതും

മുകളിൽ നിന്ന് വീഴുന്ന

ഉളിയെ ചെറുക്കാൻ

ശിക്ഷണം ലഭിക്കുന്നതും

ശിക്ഷണത്തിൻ ദക്ഷിണ

പെരുവിരലാവാതെ കാക്കുന്നതും

ഇതിഹാസം പുരോഗമിക്കുന്നതിൻ

ദൃഷ്ടാന്തം.

കൃഷ്ണനെന്നോ കൽക്കിയെന്നോ

ഏതേത് പേർ നൽകിയാലും

കാലമെന്തിനോ തയ്യാറെടുക്കുന്നു.

അതോ ഇതെൻ അപക്വമാമൊരു

ചിന്തയോ...

# 38. സ്കിസോഫ്രേനിയ

കുന്നിന്റെ പച്ചപ്പും
ആകാശത്തിന്റെ നീലിമയും
അവളെ മോഹിപ്പിച്ചിരുന്നു
കപ്പലിൽ ദൂരയാത്ര നടത്തുന്നതും
പക്ഷിയായ് പറക്കുന്നതും
അവൾ സ്വപ്നം കണ്ടിരുന്നു
ചക്രവാള സീമയിൽ
സായന്തന സൂര്യൻ
മാഞ്ഞു പോകുന്നത്
ആശ്ചര്യത്തോടവൾ
നോക്കി നിന്നിരുന്നു
നിശീഥിനിയിലെ
ചന്ദ്രന്റെ പ്രൗഢിയും
മിന്നിത്തിളങ്ങുന്ന
ഏകതാരകവും
അവൾക്കെന്നുമൊരു
ഹരമായിരുന്നു
പക്ഷെ ബിരുദ ക്ലാസ്സുകളിലെ
പാഠങ്ങളവളുടെ തലച്ചോറിനെ

പിച്ചിച്ചീന്തിയപ്പോൾ
ചികിത്സകനായെത്തിയ
ഭിഷഗ്വരൻ മുരണ്ടു...
സ്വപ്നത്തിൽ പറന്നെന്നു കരുതി
യഥാർത്ഥത്തിൽ പറക്കരുത്.
സ്വപ്നം കാണുവാൻ
ശീലിപ്പിച്ച ബാല്യവും
യാഥാർത്ഥ്യങ്ങളെ നേരിട്ടുന്ന
കൗമാരവും തമ്മിലൊരു
സന്തുലനം സൂക്ഷിക്കുവാൻ
അവളിന്നുമലയുന്നു...
അവളെൻ പ്രിയ കൂട്ടുകാരി
സുന്ദരമനസ്സുള്ളൊരു
കൂട്ടുകാരി...

# 39. ഇനി...?

വിടരുന്നിതോർമ്മയിൽ
ഓർമ്മതൻ പൂക്കളം.
പ്രേമം മൊട്ടിട്ട നാൾ,
സാമിപ്യത്തിനായ് കൊതിച്ച നാൾ,
ഒരു പുഞ്ചിരി, ഒരു വാക്ക്
മധുരമായ് തീർന്ന നാൾ.
ഭൂമിയിലല്ലാതൊരു
സ്വർഗ്ഗമില്ലെന്നോർത്ത നാൾ
ഒരു താലി ചരടിനാൽ
സ്വന്തമാക്കിയപ്പോൾ
ഓർത്തില്ലവനൊരു നാളും
നിയമയുദ്ധം നടത്തി
പിൻവാങ്ങുമവളെന്ന്
അവനോമൽ കണ്മണിയുമായ്.
കൂടെ ജീവിച്ചാൽ
ജീവനു ഭീഷണിയാ...
കേണു പോയവൻ
വാദങ്ങൾ കേട്ട്.
എന്തിനായ് അകലുവാൻ ശ്രമിക്കുന്നു.

പ്രതീക്ഷിക്കുന്നില്ലിനി...
പക്ഷെ... വിശ്വസിക്കുന്നവന്
അത്ഭുതങ്ങളിനിയും സംഭവിക്കാം.

## 40. എന്തേ...

താമരപ്പൂവും റോസാപ്പൂവും
നീ തന്നെ സൃഷ്ടിച്ചതല്ലേ...
സൂര്യനേയും ചന്ദ്രനേയും
നീ തന്നെ സൃഷ്ടിച്ചതല്ലേ...
പർവ്വതങ്ങളേയും തിരമാലയേയും
നീ തന്നെ സൃഷ്ടിച്ചതല്ലേ...
എന്നിട്ടുമെന്തേ നീ മറഞ്ഞിരിക്കുന്നു
എന്നിൽ നിന്നും മറഞ്ഞിരിക്കുന്നു.

# 41. മാജിക്ക്

നിന്നിലേക്കുള്ള എന്റെ യാത്ര...
വഴി കാട്ടിയെ കൂടാതെ
നിന്നിലേക്കെത്തുവാൻ
എനിക്കാവുമായിരുന്നില്ല
പക്ഷെ വഴികാട്ടിയെ നീയായ്
തെറ്റിദ്ധരിക്കരുതെന്നും
നീ പറഞ്ഞു...
ആഗ്രഹം പ്രബലമായാൽ
നിന്നിലേക്കെത്താൻ
വഴികാട്ടിയെ നീ തന്നെ വിടും
എന്നും പറഞ്ഞു.
നിന്നെ തിരിച്ചറിഞ്ഞവരാണ്
നീ അയക്കുന്ന വഴികാട്ടികൾ.
അവർ ഒരിക്കലും നീയാണെന്ന്
അവകാശപ്പെടില്ല...
മറ്റുള്ളവർക്ക് നിന്നിലേക്കുള്ള
വഴികാട്ടുന്ന
പ്രകാശഗോപുരങ്ങൾ മാത്രമവർ.
പക്ഷെ ചെറിയ ചെറിയ

മാജിക്കുകൾ കാട്ടി
സാമാന്യ ജനത്തെ തെറ്റിദ്ധരിപ്പിക്കാൻ
ചിലർക്കാവും
തങ്ങളാണ് യഥാർത്ഥ വഴികാട്ടികൾ
എന്നവർ അവകാശപ്പെടും
ചിലർ നീ തന്നെയാണവർ
എന്നും പറയും.
അവർ കെട്ടിപ്പൊക്കുന്ന
സൗധങ്ങളാവട്ടെ
സാമാന്യജനത്തിന്റെ ചെലവിലാണെന്ന്
ബോധപൂർവ്വം അവരെ
വിസ്മരിപ്പിക്കും.
പക്ഷെ നിന്നെത്തിരിച്ചറിയാൻ
പക്വതയാർജ്ജിക്കുന്ന
ഒരു മനുഷ്യന്റെ മുന്നിൽ
ഒരു നിമിഷം പോലും വൈകാതെ
നീ നിന്റെ വഴികാട്ടിയെ വിടും
എന്നതാണ് ജീവിതത്തിലെ
ഏറ്റവും വലിയ മാജിക്ക്.
അത് തന്നെ ഏറ്റവും
വലിയ മിസ്റ്റിസിസവും.

# 42. നീ...

ഞാൻ നിന്നെ പ്രണയിച്ചു...
നീയറിയാതെ നിന്നെ
പ്രണയിക്കണം എന്നതായിരുന്നു
എന്റെ ആഗ്രഹം.
പക്ഷെ നീയറിയാതെ
എനിക്ക് നിന്നെ പ്രണയിക്കാൻ
ആവില്ലെന്ന് നീ തെളിയിച്ചു.
എത്ര വട്ടം നീയെന്റെ
പ്രണയത്തെ പരീക്ഷിച്ചു...
നിന്നെയല്ലാതെ വേറാരെയും
പ്രണയിക്കാൻ എനിക്കാവുമായിരുന്നില്ല...
നിന്റെ പ്രണയം കൂടാതെ
എന്റെ ജീവിതം മുന്നോട്ടും
പോവുമായിരുന്നില്ല...
രണ്ട് പതിറ്റാണ്ടുകളുടെ
പരീക്ഷണങ്ങൾക്കൊടുവിൽ
ഇന്ന് നീ എന്റെ പ്രണയത്തെ
അംഗീകരിക്കുമ്പോൾ
ഞാൻ ധന്യൻ.

പക്ഷെ...

കണ്ണുകൾ കൊണ്ട് നിന്നെ
ഞാന് കണ്ടിട്ടില്ല...
കാതുകൾ കൊണ്ട് നിന്റെ
സ്വരം കേട്ടിട്ടുമില്ല...
പക്ഷെ...
ഉൾക്കണ്ണിൻ കാഴ്ചയിൽ
എനിക്ക് നിന്നെ കാണാനാവുന്നുണ്ട്
നിൻസ്വരം കേൾക്കാനാവുന്നുണ്ട്.
പാടി പതിഞ്ഞു പോയ
വാക്കുകളുപയോഗിച്ച്
നിന്നെ ഞാൻ വിശേഷിപ്പിക്കുന്നുമില്ല.
പക്ഷെ... ഇന്ന് നീ
എന്റെ സർവ്വസ്വമാണ്.

# 43. ഓർമ്മകൾ

ഏക താരകമേ
മൂകാർദ്ര രാത്രികളിൽ
നീയായിരുന്നെൻ
ആരാധ്യ പാത്രം

ചന്ദ്ര മുഖമുള്ള
പെൺകുട്ടി സഖി-
യായ് വരുമെന്ന്
കൈ നോക്കി പറഞ്ഞത്
കളിയായ് എടുത്തതും
ഗോലി കളിച്ചതും
മണ്ണപ്പം ചുട്ടതും
അച്ഛനൊരുക്കിയ
വിഷുക്കണി കണ്ടതും...
അന്നിന്റെ ഓർമ്മകൾ.

'അമ്മേ' എന്ന് വിളിക്കുന്നതിന്
മുമ്പേ 'അച്ഛാ' എന്നു
വിളിച്ചു തുടങ്ങിയ

ഉണ്ണിയെ കിട്ടിയതും
ചന്ദ്രമുഖമുള്ള

പെൺകുട്ടി തന്നെ
ഭാര്യയായ് വന്നതും
കറങ്ങുന്ന കസേരയിൽ
എ.സി. യിൽ ഇരിക്കുന്നതും
ഇന്നിന്റെ നേരുകൾ.

# 44. പശ്ചാത്താപം

നെഞ്ചകം പിളർന്നു നീ
ചോര കുടിച്ചപ്പോൾ
മിണ്ടാതെ നിന്നത്
എന്തിനെന്നറിയുമോ

ഭയന്നിട്ടല്ല ഞാൻ
ആരാധന കൊണ്ടുമല്ല
സ്നേഹം കൊണ്ടെന്നത്
നിൻ തെറ്റിദ്ധാരണ

പണ്ടു ഞാൻ ചെയ്തൊരു
തെറ്റിന്റെ കടം വീട്ടാൻ
നിന്നു തന്നതായ്
മാത്രം കരുതുക.

# 45. സ്നേഹപൂർവ്വം

വെളുത്ത പാന്റ്സ്
നീല ഷർട്ട്
കറുത്ത കാറ്...
ഏതോ സിനിമയിലെ
നായകനെപ്പോൽ
വന്നെൻ മുന്നിൽ രാജകുമാരൻ...
അവനുടെ ശബ്ദം
മിന്നൽ പിണരായ്
അന്തരംഗം കീറിമുറിച്ചു...
എന്റെ മുഖത്തെ ഭാവം കണ്ടവൻ
കൈകെകള്ളിലെന്നെ
കോരിയെടുത്തു...
മഞ്ഞു വീണൊരു പാതയിലൂടെ
എത്തിച്ചേരാ ഉന്നതി തേടി
ഏ.സി യുമിട്ട് ഗസലും കേട്ട്
ഞങ്ങൾ തുടങ്ങി
ജീവിതയാത്ര.
യാത്രയിലൊരു നാൾ
കൂട്ടിനായി അവളുമെത്തി

കുഞ്ഞു വാവ.
അവന്റെ കണ്ണും
എന്റെ മൂക്കും
കൂടിയപ്പോൾ
അവൾക്കും കിട്ടി
ഒരാന ചന്തം...
ഡ്രൈവിങ്ങ് സീറ്റില്‍
അവനാണെന്നത് നിത്യവും
നൽകുന്നുണ്ടെനിക്കും
നല്ലൊരു സുരക്ഷിതത്വം.
  --ഒരു ഭാര്യ

# 46. ജീവിതം

ഈശ്വരൻ തന്നതും
ഈശ്വരൻ എടുത്തതും
മേന്മയുള്ളൊളാരാ
ജീവിതം തന്നെ
ആദ്യ പകുതിയിൽ
ശുക്രനായ് നിന്നതും
പിന്നത്തെ പാതിയിൽ
ശനിയായ് മാറിയതും
ഈശ്വരൻ തന്നൊരീ
ജീവിതം തന്നെ
ആരോടുമില്ലീ -
പരിഭവമെന്നാകിലും
ഓർക്കാറുണ്ടെപ്പൊഴും
എന്തിനായ് ദുരിതങ്ങൾ
നൽകിയെൻ
വേഗം കുറച്ചു നീ...
എപ്പൊഴും നിന്നെ
ഓർമ്മിക്കുവാനാണോ...
ക്ലേശങ്ങൾ നൽകിയെൻ

മാർഗ്ഗത്തിൽ നിന്നത്
നിന്നെക്കുറിച്ചെന്നെ
ചിന്തിപ്പിക്കുവാനോ
അത്രമേൽ പ്രിയനോ
നിനക്കു ഞാൻ...
അർപ്പിക്കുന്നു
നിനക്കെൻ ജീവിതം.

# 47. കണ്ണാ... നീയെവിടെ?

കൃഷ്ണാ...

കാളിന്ദി തീരത്തിൽ ഗോപികമാരൊത്ത്

നീ നർത്തനം ചെയ്തപ്പോൾ

ആൺ മയിലായ് ഞാനും പീലി

നിവർത്തിയാടിയിരുന്നു

വൃന്ദാവനത്തിൽ നീ മുരളിക-

യൂതിയപ്പോൾ ആൺ കുയിലായ്

ഞാനുമതേറ്റു പാടിയിരുന്നു

വേദാന്തസാരം ഗീതാമൃതമായ്

നിൻ ചുണ്ടിൽ നിന്ന് മൊഴിഞ്ഞപ്പോൾ

പാർത്ഥനോടൊപ്പം രഥത്തിൽ

പൂട്ടിയ അശ്വമായ് ഞാനുമത്

ശ്രവിച്ചിരുന്നു...

ഒടുവിലാ കാനനമധ്യേവേടന്റെ

അമ്പേറ്റു നീ വിട പറയുമ്പോൾ

മൃഗരാജനായ് ഞാനുമോടിയെത്തിയിരുന്നു

ജന്മ... ജന്മങ്ങൾക്കൊടുവിലീ

മർത്ത്യ ജന്മം കിട്ടിയപ്പോൾ

കണ്ണാ...

കാണാനാവുന്നുണ്ടെനിക്കു
നിൻ ഗോപികമാരെ
കാണുന്നു ഞാൻ നിൻ രാധയെയും
പക്ഷെ... എവിടെ
നീ മാത്രമെവിടെ...?

# 48. വിശുദ്ധൻ

അന്നു കുടിച്ച അമ്മിഞ്ഞപ്പാലിന്റെ മാധുര്യം
മനസ്സിൽ നിന്നും ചുണ്ടിൽ നിന്നും
തേഞ്ഞ് മാഞ്ഞ് പോയപ്പോൾ
അവനൊരു ദുഷ്ടനായ്...
ക്രൂരനായ് തീവ്രവാദിയായി...
വിശ്വസിച്ച തത്വത്തിനായ്
കൊന്നൊടുക്കുവാനാഹ്വാനം ചെയ്തപ്പോഴും
വിജയിച്ചപ്പോഴും ശൂന്യത.
ഉറക്കമില്ലാതെ കിടന്ന രാത്രികളിലൊന്നിൽ
തന്നമ്മ തനിക്കു മാത്രമായ് നൽകിയ
അമ്മിഞ്ഞപ്പാലിനെ ഓർത്തവൻ.
വർഷങ്ങൾ പുറകോട്ട് സഞ്ചരിച്ച്
മനസ്സു കൊണ്ടവനാ മാധുര്യം
വീണ്ടെടുത്തപ്പോൾ
അവനൊരു ശുദ്ധനായ്...
പിന്നെ... വിശുദ്ധനായി.
ലോകം ഇന്നവനെ അംഗീകരിക്കുന്നു
അമ്മിഞ്ഞപ്പാലിന്റെ മാധുര്യം
മനസ്സിലുള്ള ആരും തീവ്രവാദിയാവില്ല
എന്നോർമ്മിപ്പിച്ചു കൊണ്ട്.

# 49. ഏക ദൈവം

നാളെ പുലർകാലെ സൂര്യനു-
ദിച്ചില്ലെങ്കിലെന്തു ചെയ്യും...?
ഉച്ച വരെ കിടന്നുറങ്ങുമെന്ന്
കളിയായ് പറയാമെങ്കിലും
നാളെ പുലർകാലെ സൂര്യനു-
ദിച്ചില്ലെങ്കിലെന്തു ചെയ്യും...?
സൂര്യനെ ഭഗവാനായ് കണ്ട
സംസ്കാരം തെറ്റാണോ
ഭാരതീയ സംസ്കാരം
തെറ്റാണോ...?
ഈശ്വരൻ
സർവ്വവ്യാപിയാണെന്നും
അല്ലാ... ഒരു
പ്രകാശ ബിന്ദുവാണെന്നും
ഉള്ളോരു ആശയ ഭിന്നത
ഭാരത സംസ്കാരത്തിനുള്ളിൽ
തന്നെയില്ലെങ്കിൽ...
എന്നേ നിലവിൽ വന്നേനെ-
യിവിടൊരു ഏകദൈവ സംസ്കാരം.

# 50. ഭാര്യ

എൻ ചാരത്തണയുവാൻ
മോഹം നിനക്കിന്നുമെങ്കിൽ
എന്തിനു വൈകുന്നൂ
പ്രണയിനീ...
നമ്മളൊന്നായ് ജീവിച്ചതല്ലേ
ഒട്ടു നാൾ.
എനിക്കില്ല നിന്നോടു
പരിഭവമേതുമേ... നിൻ
ഹൃദയാന്തർഗതത്തിലും
എന്നോടു സ്നേഹമാ
എനിക്കറിയാം.
പക്ഷെ... വിധിയുടെ വിളയാട്ടം
നമ്മെ അകറ്റിടുമ്പോൾ
ഞാൻ നിസ്സഹായൻ.
ആവില്ല നിൻ ഹൃദയത്തെ
ബലമായ് പിടിച്ചെടുക്കുവാൻ
പക്ഷെ...നിൻ നാവിലൂടൊരു

വാക്ക്... മതിയെനിക്കീ ജന്മം

സഫലമാക്കീടുവാൻ

പക്ഷേ...

വൈകുവതെന്തേ... നീ

# 51. അപ്സരസ്സ്

വറ്റി വരണ്ട് ഊഷരമായ്
കിടന്നോരെൻ ഹൃദയത്തിൽ
പ്രണയനിലാ പൂമഴ കൊണ്ടൊ-
രണ്ടു വസന്തം തീർത്തു നീ...
ഏതു കോവിലിലെ ദേവി നീ...
അഴിച്ചിട്ടൊരാ കേശഭാരവും
മാൻ പേട കണ്ണുകളും
ചന്ദനം തോൽക്കുമുടലും
നീലനിലാ നിശീഥിനികളിൽ
ഞാൻ കണ്ടണ്ട കനവുകളിലെ
സുന്ദരി നീ...
എന്തിനായ് വന്നെൻ ചാരെ...
ദേവലോകത്തു നിന്നും
പുറത്താക്കിയോ...അതോ
എന്റെ കിനാവുകൾ കട്ടെടുത്ത
ഇന്ദുവിൻ ദൂതിനാൽ
സ്വയമിറങ്ങി വന്നതോ...
അപ്സരസ്സേ... നീ
ഈ മനുജനെ പ്രണയിച്ച

കുറ്റത്തിന്
തിരിച്ചെടുക്കാതിരിക്കുമോ
നിന്നെ ദേവലോകത്തേക്കിനി
എങ്കിൽ നൽകാമെൻ
ജീവിതവും പ്രാണനും
നിനക്കായ്...
ഒരുമിച്ചു പാർക്കാമീ ഭൂമിയിൽ
എൻ ജീവിതാന്ത്യം വരെ.

# 52. ഏകൻ

എൻ പ്രണയ പുഷ്പമേ
നിൻ സ്നേഹസ്മരണയിൽ
വിതുമ്പുന്നു മമ ഹൃദയം
അങ്ങേതോ ലോകത്തിരുന്ന്
കാണുന്നുവോ നീ ഞങ്ങളെ
നിന്നോമൽ പൈതലിനെയും
പിന്നെയീ എന്നെയും...
നമ്മെ ഒന്നാക്കിയ ദൈവം
കൈവിടില്ലെന്നാശിച്ചു
അവസാന നിമിഷം വരെ
പക്ഷെ നിൻ ഹൃദയസ്പന്ദനം
നിലച്ചപ്പോൾ... ഓർത്തു...
കൂട്ടായി... ഞാനും വന്നാലോ
പക്ഷെ... ആരുണ്ട് നമ്മുടെ
കണ്മണിക്കെന്നോർത്തപ്പോൾ
നിന്നെയേകയായ് യാത്രയാക്കി
നിൽപ്പൂ... ഞാനിവിടെ.

# 53. താൻ പാതി ദൈവം പാതി

കൈയ്യിന്റെ...
കാലിന്റെ...
കണ്ണിന്റെ...
മനസ്സിന്റെ...
ചെറിയൊരു അശ്രദ്ധ മതി
വലിയൊരു അപകടം സംഭവിക്കാൻ
നൂറ് ശതമാനം ശ്രദ്ധയോടെ
വണ്ടിയോടിച്ചാലും
ഇങ്ങോട്ടൊരു വണ്ടി വന്നു
കയറിയാലും മതി എല്ലാം തീരാൻ
ജീവിതവും ഇതുപോലെ തന്നെ
നമ്മുടെ അശ്രദ്ധ...
മറ്റുള്ളവരുടെ അശ്രദ്ധ...
മതി എല്ലാം തകർന്നടിയാൻ
ഒടുവിൽ വിലപിച്ചിട്ടെന്തു കാര്യം
അതിനാൽ ഇപ്പോൾ തന്നെ പ്രാർത്ഥിക്കാം...
ഒന്നും വരുത്തല്ലേ...
താൻ പാതി ദൈവം പാതി

# 54. കൃഷ്ണമാനസം

ഉപേക്ഷിച്ചുപോന്നു ഞാനെൻ
ഓടക്കുഴലാ വൃന്ദാവനത്തിൽ,
കാളിന്ദി തീരത്തിലെവിടെയോ.
കണ്ടിട്ടില്ല ഞാനെൻ രാധയെ
പിന്നീടൊരിക്കലും കണ്ടിട്ടില്ല
ഞാനെൻ ഗോപികമാരെയും
ദ്വാരകയുടെ രാജതന്ത്രജ്ഞനാകുവാൻ
രാജ്യഭാരമേൽക്കുവാൻ
കൃഷ്ണൻ തന്നെ മിടുക്കനെന്നോതിയപ്പോൾ
ഏൽക്കേണ്ടി വന്നു
മുരളിക പിടിച്ചൊരെൻ കൈകളിൽ
സുദർശനവും ശംഖും
പിന്നെയുള്ളതെല്ലാം ഇതിഹാസം
ആയുധമെടുക്കാതെ
കുരുക്ഷേത്രഭൂമിയിൽ
ധർമ്മം കാത്തപ്പോഴും
പതിനാറായിരത്തിയെട്ട്
സ്ത്രൈണരത്നങ്ങളുടെ
സംരക്ഷണമേറ്റെടുത്തപ്പോഴും

രാധേ... ഞാൻ കേണത്
നിനക്കുവേണ്ടിയായിരുന്നു.
അടുക്കുവാൻ കഴിയാത്തത്ര
അകലങ്ങളിലായി പോയിരുന്നല്ലോ നാം
കൃഷ്ണനും തോൽക്കേണ്ടിവരുന്നു
ചിലയിടങ്ങളിൽ
പക്ഷേ... കാലമുള്ളിടത്തോളം
ഒരു കവിയും രുഗ്മണികൃഷ്ണനെന്നോ
സത്യഭാമാകൃഷ്ണനെന്നോ പറയില്ല
രാധാകൃഷ്ണനെന്ന പറയു
അത് നീയെനിക്ക് നൽകിയ
പ്രണയത്തിന് ഞാൻ നൽകുന്ന സമ്മാനം
ഈ കൃഷ്ണൻ നൽകുന്ന ഉപഹാരം.

# 55. പ്രണയ സാഫല്യം

പ്രണയിക്കാൻ പണം വേണം
ചുറ്റിയൊന്നു കറങ്ങേണ്ടണ്ട
മാളിലൊന്നു പോവേണ്ടണ്ട
സിനിമയൊന്നു കാണേണ്ടണ്ട
ഐസ്ക്രീം രണ്ടു നുണയേണ്ടണ്ട
ചുരിദാറൊന്നു വാങ്ങേണ്ടണ്ട
അങ്ങനെ... അങ്ങനെ
പ്രണയിക്കാൻ പണം വേണം
പക്ഷെ... കൈയ്യിൽ സ്വന്തം കാശില്ല
അദ്ധ്വാനിച്ച് പണം വരുമ്പോഴോ
പ്രണയിക്കേണ്ടണ്ട കാലം പോയി
ഇനിയും പ്രണയിച്ചാലോ
ലോകം നമ്മെ ശരിയാക്കും
അതിനാൽ ദൈവവശാൽ
യഥാസമയം കിട്ടിയ സുന്ദരപ്രണയം
ജീവിതത്തിലടിക്കുന്ന ലോട്ടറി തന്നെ
പക്ഷെ ബംപർ തന്നെ അടിച്ചാലും
സൗഭാഗ്യങ്ങൾ വന്നു കൂടണമെന്നില്ല
ബന്ധുക്കൾ...

മിത്രങ്ങൾ, കുറേപ്പേരവരുണ്ട് കുറ്റങ്ങൾ
പറയാനും...
തെല്ലസൂയയായിട്ടും അതിനാൽ തയ്യാറാവുക
തന്നെ വേണം വിരഹത്തെ വരവേൽക്കാൻ...
വിരഹം വന്നാലോ
തകരാതെ പിടിച്ചു നിൽക്കണം
പ്രണയം ആത്മാർത്ഥമെങ്കിൽ
വിരഹം അതിനെ ആളിക്കത്തിക്കുമെന്നും
അല്ലെങ്കിൽ
ഊതിക്കെടുത്തുമെന്നും പണ്ടേയുണ്ട്
പഴമൊഴി.
വിരഹത്തിന് ശേഷം വീണ്ടും
നിങ്ങളൊന്നിച്ചാൽ
പരസ്പര വിശ്വാസത്തിന്റെ
ഔന്നത്യത്തിലെത്തിയതിനാൽ
പിന്നെയുള്ള കാലം നിങ്ങൾക്ക് സ്വന്തം
ഇത് തന്നെ പ്രണയ സാഫല്യം.

# 56. ശാസ്ത്രവും സാഹിത്യവും

മേഘങ്ങൾക്കും തിരമാലകൾക്കും
ബന്ധമുണ്ടെന്ന് മുത്തശ്ശി പറയുമായിരുന്നു.
കാക്കയുടെയും പൂച്ചയുടെയും
കഥ പറയാതെ
രാജകുമാരന്റെയും രാജകുമാരിയുടെയും
കഥ പറയാതെ
മണ്ണാങ്കട്ടയും കരിയിലയും കാശിക്ക് പോയ
കഥ പറയാതെ...
ന്യൂട്ടന്റെ തലയില് വീണ ആപ്പിളിന്റെ
കഥ പറഞ്ഞാണ് മുത്തശ്ശി എന്നെ
ഉറക്കിയിരുന്നത്.
ആപേക്ഷികതാ സിദ്ധാന്തത്തിന്
തറക്കല്ലിടുകയായിരുന്നു
എന്റെ ബാല്യം മുഴുവൻ.
അടച്ചിട്ട മുറിയിൽ 'കാൽക്കുലസ്' പഠിച്ചു
തീർക്കുകയായിരുന്നു കൗമാരത്തിൽ.
കാലമെന്തുകൊണ്ട് പുറകോട്ടൊഴുകുന്നില്ല
എന്നെനിക്ക് ശാസ്ത്രീയമായി...

ഇന്നറിയാം.

പക്ഷെ... എന്റെ പ്രണയിനി?

അവളെ കണ്ടെത്താനാവുന്നില്ലാ...

എത്ര ശ്രമിച്ചിട്ടും...

# 57. അസൂയ

സൂര്യനെന്തിന് ചന്ദ്രനോടസൂയ?
കവികളായ കവികൾ മുഴുവൻ
കവിതകളായ കവിതകളിലൊക്കെ
ചന്ദ്രനെ വാഴ്ത്തി... പൂർണ്ണ തിങ്കളെ
പുകഴ്ത്തി
കവികളുടെ പുകഴ്ത്തലിൽ മയങ്ങിയ തിങ്കൾ
അവരുടെ ഏഷണിയിലും വീണു
അർക്കന് ഇന്ദുവിനോടസൂയയയാണെന്ന്
ലോകം മുഴുവൻ വിവരം പരന്നു
സൂര്യനെ തള്ളിപ്പറയാനൊരുങ്ങിയ
ചന്ദ്രനെ നോക്കി സൂര്യൻ പുഞ്ചിരി തൂകി
ഞാനില്ലെങ്കിൽ നീയുണ്ടോ?
നിനക്ക് തിളക്കമുണ്ടോ?
പിന്നെന്തിന് എനിക്ക് നിന്നോടസൂയ?